ਪਹਿਲੀ ਤਸਵੀਰੀ ਡਿਕਸ਼ਨਰੀ
ਜਾਨਵਰ

First Picture Dictionary
Animals

ਸੂਰ
Pig

ਖਰਗੋਸ਼
Rabbit

ਤਿਤਲੀ
Butterfly

ਲੂੰਬੜੀ
Fox

ਐਨਾ ਇਵਾਨੀਰ ਦੁਆਰਾ ਚਿੱਤਰਿਤ

www.kidkiddos.com
Copyright ©2025 by KidKiddos Books Ltd.
support@kidkiddos.com

All rights reserved. No part of this book may be reproduced in any form or by any electronic or mechanical means, including information storage and retrieval systems, without written permission from the publisher, except in the case of a reviewer, who may quote brief passages embodied in critical articles or in a review.
First edition, 2025

Library and Archives Canada Cataloguing in Publication
First Picture Dictionary – Animals (Punjabi English Bilingual edition)
ISBN: 978-1-83416-726-8 paperback
ISBN: 978-1-83416-727-5 hardcover
ISBN: 978-1-83416-725-1 eBook

ਜੰਗਲੀ ਜਾਨਵਰ
Wild Animals

ਸ਼ੇਰ

Lion

ਬਾਘ

Tiger

ਜਿਰਾਫ਼

Giraffe

✦ਜਿਰਾਫ਼ ਧਰਤੀ ਉੱਤੇ ਸਭ ਤੋਂ ਉੱਚਾ ਜਾਨਵਰ ਹੈ।

✦*A giraffe is the tallest animal on land.*

ਹਾਥੀ

Elephant

ਬਾਂਦਰ

Monkey

ਰਿੱਛ

Bear

ਕੰਗਾਰੂ

Kangaroo

ਮਗਰਮੱਛ

Crocodile

ਊਠ

Camel

ਜ਼ੀਬਰਾ

Zebra

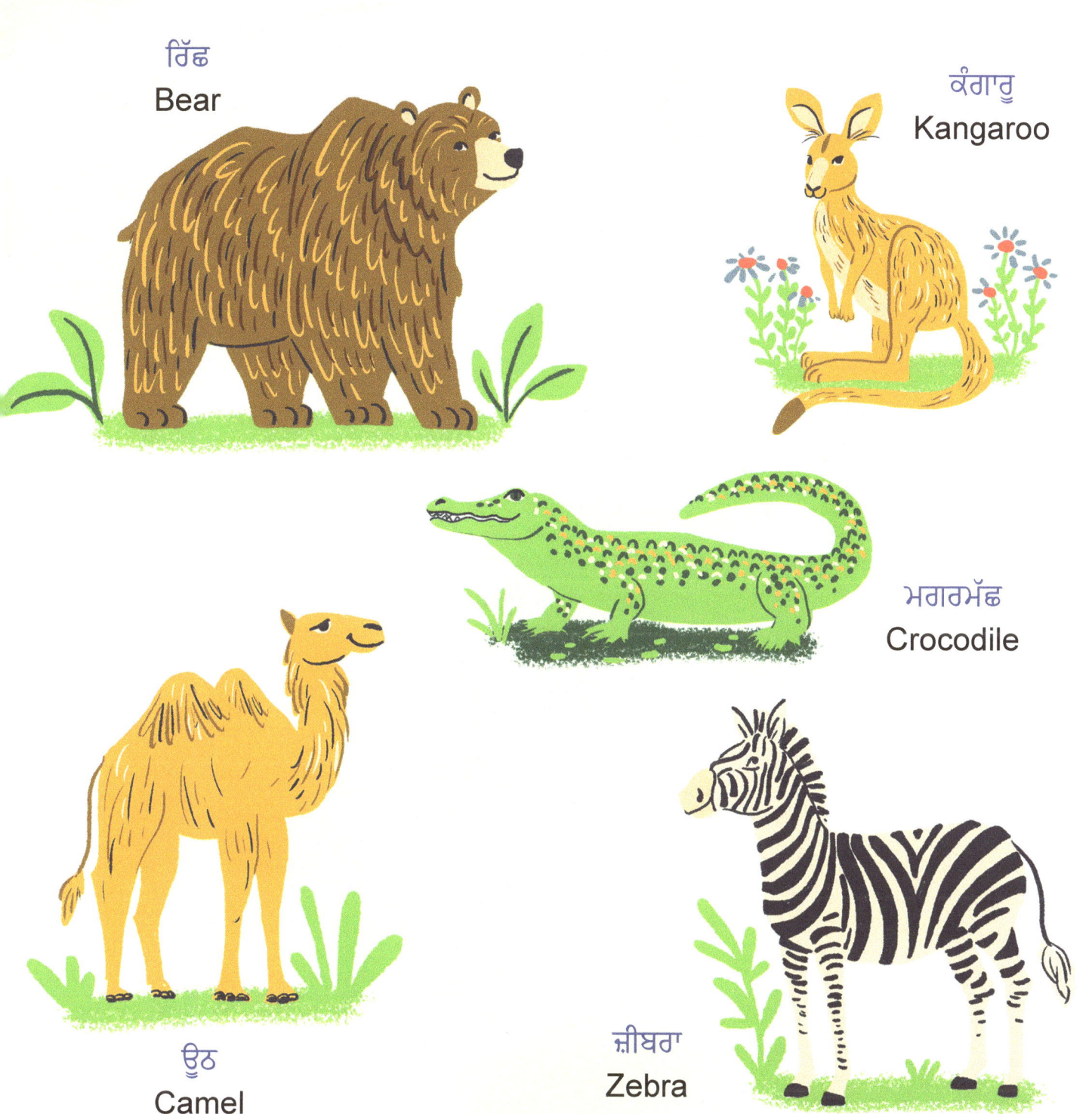

ਜੰਗਲੀ ਜਾਨਵਰ
Wild Animals

ਦਰਿਆਈ ਘੋੜਾ
Hippopotamus

ਪਾਂਡਾ
Panda

ਲੂੰਬੜੀ
Fox

ਗੈਂਡਾ
Rhino

ਹਿਰਣ
Deer

ਮੂਜ਼
Moose

ਭੇੜੀਆ
Wolf

✦ਮੂਜ਼ ਬਹੁਤ ਵਧੀਆ ਤੈਰਾਕ ਹੈ ਅਤੇ ਪਾਣੀ ਦੇ ਹੇਠਾਂ ਪੌਦੇ ਖਾਣ ਲਈ ਡੁੱਬ ਸਕਦਾ ਹੈ!

✦*A moose is a great swimmer and can dive underwater to eat plants!*

ਗਿਲਹਿਰੀ
Squirrel

ਕੋਆਲਾ
Koala

✦ਗਿਲਹਿਰੀ ਸਰਦੀ ਲਈ ਬਦਾਮ ਲੁਕਾਂਦੀ ਹੈ, ਪਰ ਕਈ ਵਾਰ ਭੁੱਲ ਜਾਂਦੀ ਹੈ ਕਿ ਉਹਨਾਂ ਨੂੰ ਕਿੱਥੇ ਰੱਖਿਆ ਸੀ!

✦*A squirrel hides nuts for winter, but sometimes forgets where it put them!*

ਗੋਰਿਲਾ
Gorilla

ਪਾਲਤੂ ਜਾਨਵਰ
Pets

ਕਨੇਰੀ
Canary

♦ ਡੱਡੂ ਆਪਣੀ ਤਵਚਾ ਅਤੇ ਫੇਫੜਿਆਂ ਦੋਨੋਂ ਨਾਲ ਸਾਹ ਲੈ ਸਕਦਾ ਹੈ!
♦ *A frog can breathe through its skin as well as its lungs!*

ਗਿਨੀ ਪਿੱਗ
Guinea Pig

ਡੱਡੂ
Frog

ਹੈਮਸਟਰ
Hamster

ਸੁਨਹਿਰੀ ਮੱਛੀ
Goldfish

ਕੁੱਤਾ
Dog

✦ ਕੁਝ ਤੋਤੇ ਸ਼ਬਦਾਂ ਦੀ ਨਕਲ ਕਰ ਸਕਦੇ ਹਨ ਅਤੇ ਇਨਸਾਨ ਵਾਂਗ ਹੱਸ ਵੀ ਸਕਦੇ ਹਨ!

✦ *Some parrots can copy words and even laugh like a human!*

ਬਿੱਲੀ
Cat

ਤੋਤਾ
Parrot

ਖੇਤ ਦੇ ਜਾਨਵਰ
Animals at the Farm

ਕੁੱਕੜੀ
Chicken

ਗਾਂ
Cow

ਬੱਤਖ਼
Duck

ਭੇਡ
Sheep

ਘੋੜਾ
Horse

ਸੂਰ
Pig

ਖਰਗੋਸ਼
Rabbit

ਲਾਮਾ
Llama

✦ਬੱਕਰੀ ਖੜ੍ਹੇ ਪੱਥਰਾਂ ਅਤੇ ਇੱਥੋਂ ਤਕ ਕਿ ਦਰੱਖਤਾਂ 'ਤੇ ਵੀ ਚੜ੍ਹ ਸਕਦੀ ਹੈ!

✦*A goat can climb steep rocks and even trees!*

ਬੱਕਰੀ
Goat

ਮੋਰ
Peacock

ਟਰਕੀ
Turkey

ਪਾਣੀ ਵਿੱਚ ਰਹਿਣ ਵਾਲੇ ਜਾਨਵਰ
Animals in Water

ਪ੍ਰਵਾਲ
Coral

ਅੱਠਭੁਜ
Octopus

ਡੋਲਫ਼ਿਨ
Dolphin

ਜੈਲੀਫ਼ਿਸ਼
Jellyfish

✦ਅੱਠਭੁਜ ਦੇ ਤਿੰਨ ਦਿਲ ਹੁੰਦੇ ਹਨ ਅਤੇ ਉਹ ਲੁਕਣ ਲਈ ਆਪਣਾ ਰੰਗ ਬਦਲ ਸਕਦਾ ਹੈ!

✦*An octopus has three hearts and can change colors to hide!*

ਸਮੁੰਦਰੀ ਘੋੜਾ
Seahorse

ਸ਼ਾਰਕ
Shark

ਲੋਬਸਟਰ

Lobster

ਵੌਲਰਸ

Walrus

✦ਲੋਬਸਟਰ ਦਾ ਖ਼ੂਨ ਨੀਲਾ ਹੁੰਦਾ ਹੈ।

✦*A lobster has blue blood.*

✦ਸੀਲ ਪਾਣੀ ਦੇ ਹੇਠਾਂ ਡੁੱਬਣ ਸਮੇਂ 30 ਮਿੰਟ ਤੱਕ ਸਾਹ ਰੋਕ ਸਕਦੀ ਹੈ!

✦*A seal can hold its breath for 30 minutes while diving underwater!*

ਸੀਲ

Seal

ਕੇਕੜਾ

Crab

ਆਕਾਸ਼ ਵਿੱਚ ਰਹਿਣ ਵਾਲੇ ਜਾਨਵਰ
Animals in the Sky

ਕੁਠਖੋਦ
Woodpecker

ਸਮੁੰਦਰੀ ਚਿੜੀ
Seagull

✦ਬਾਜ ਆਸਮਾਨ ਦੀਆਂ ਉੱਚਾਈਆਂ ਤੋਂ ਵੀ ਇੱਕ ਛੋਟੀ ਚੂਹੀ ਨੂੰ ਦੇਖ ਸਕਦਾ ਹੈ!

✦*A hawk can spot a tiny mouse from high up in the sky!*

ਚੀਲ
Eagle

ਕਬੂਤਰ
Pigeon

ਬਾਜ
Hawk

ਮੱਛਰ
Mosquito

ਵੱਡੀ ਤਿਤਲੀ
Dragonfly

◆ਡ੍ਰੈਗਨਫਲਾਈ ਧਰਤੀ 'ਤੇ ਸਭ ਤੋਂ ਪਹਿਲੀਆਂ ਕੀਟਾਂ ਵਿੱਚੋਂ ਇੱਕ ਸੀ, ਡਾਇਨਾਸੋਰਾਂ ਤੋਂ ਵੀ ਪਹਿਲਾਂ!
✦ *A dragonfly was one of the first insects on Earth, even before dinosaurs!*

ਮੱਖੀ
Bee

ਤਿਤਲੀ
Butterfly

ਲੇਡੀ-ਬਗ
Ladybug

ਧਰਤੀ ‘ਤੇ ਰਹਿਣ ਵਾਲੇ ਜਾਨਵਰ
Animals on Land

ਟਿੱਡਾ
Grasshopper

ਸੱਪ
Snake

✦ਸੱਪ ਆਪਣੀ ਨੱਕ ਦੀ ਬਜਾਏ ਆਪਣੀ ਜੀਭ ਨਾਲ ਸੁੰਘਦਾ ਹੈ!

✦A snake smells with its tongue instead of its nose!

ਚੀਟੀਖੋਰ
Anteater

ਇੱਲੀ
Caterpillar

ਕੀੜਾ
Worm

ਬੇਜਰ
Badger

ਸਾਹੀ
Porcupine

ਮਾਰਮੋਟ
Groundhog

✦ਛਿਪਕਲੀ ਆਪਣੀ ਪੁੱਛ ਖੋਣ ‘ਤੇ ਨਵੀਂ ਪੁੱਛ ਉਗਾ ਸਕਦੀ ਹੈ !

✦*A lizard can grow a new tail if it loses one!*

ਛਿਪਕਲੀ
Lizard

ਕੀੜੀ
Ant

ਜਾਦੂਈ ਜਾਨਵਰ
Magical Animals

ਇਕਸਿੰਗੀ ਘੋੜਾ
Unicorn

ਪੈਗਾਸਸ
Pegasus

ਅਜਗਰ
Dragon

ਜਲਪਰੀ
Mermaid

ਜੰਗਲੀ ਬਿਲੀਆਂ
Wild Cats

ਪੂਮਾ
Puma

ਸ਼ੇਰ
Lion

ਚੀਤਾ
Cheetah

✦ਚੀਤਾ ਧਰਤੀ 'ਤੇ ਸਭ ਤੋਂ ਤੇਜ਼ ਜਾਨਵਰ ਹੈ।
✦*A cheetah is the fastest animal on land.*

ਲਿੰਕਸ
Lynx

ਪੈਂਥਰ
Panther

ਵੱਡੇ ਜਾਨਵਰ
Big Animals

ਵ੍ਹੇਲ
Whale

ਵਾਲਰਸ
Walrus

ਭੈਂਸ
Buffalo

ਸ਼ਤੁਰਮੁਰਗ
Ostrich

ਦਰਿਆਈ ਘੋੜਾ
Hippopotamus

ਜੰਗਲੀ ਭੈਂਸ
Bison

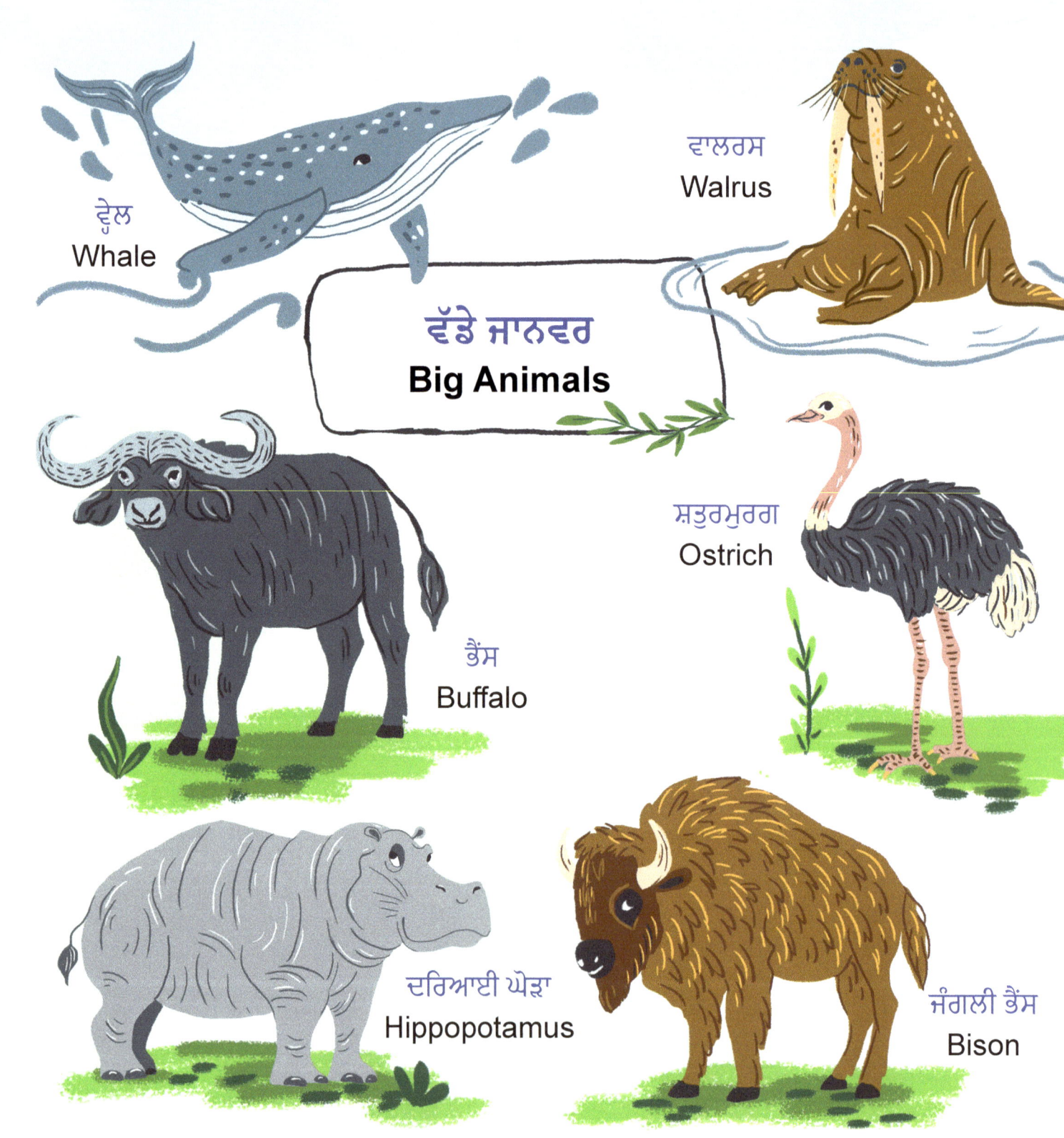

ਛੋਟੇ ਜਾਨਵਰ
Small Animals

ਗਿਰਗਿੱਟ
Chameleon

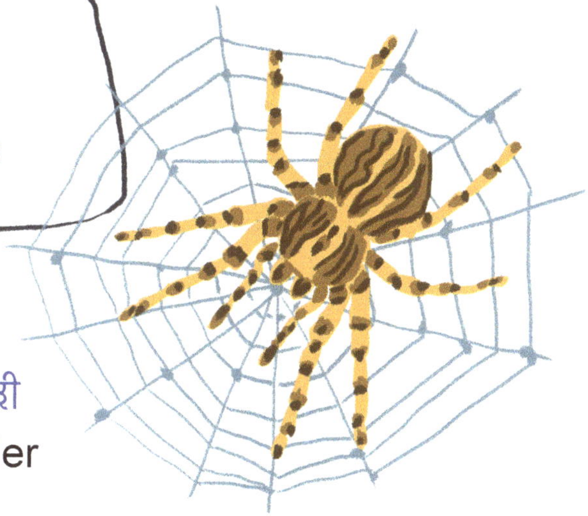

ਮਕੜੀ
Spider

- ਸ਼ਤੁਰਮੁਰਗ ਸਭ ਤੋਂ ਵੱਡਾ ਪੰਛੀ ਹੈ, ਪਰ ਇਹ ਉੱਡ ਨਹੀਂ ਸਕਦਾ!
- *An ostrich is the biggest bird, but it cannot fly!*

ਮੱਖੀ
Bee

- ਘੋਂਘਾ ਆਪਣਾ ਘਰ ਆਪਣੀ ਪਿੱਠ 'ਤੇ ਲਿਜਾਂਦਾ ਹੈ ਅਤੇ ਬਹੁਤ ਹੌਲੀ ਚਲਦਾ ਹੈ।
- *A snail carries its home on its back and moves very slowly.*

ਘੋਂਘਾ
Snail

ਚੂਹਾ
Mouse

ਸ਼ਾਂਤ ਜਾਨਵਰ
Quiet Animals

ਲੇਡੀਬਗ
Ladybug

ਕੱਛੂਆ
Turtle

✦ ਕੱਛੂਆ ਧਰਤੀ ਤੇ ਵੀ ਅਤੇ ਪਾਣੀ ਵਿੱਚ ਵੀ ਰਹਿ ਸਕਦਾ ਹੈ।
✦ *A turtle can live both on land and in water.*

ਮੱਛੀ
Fish

ਛਿਪਕਲੀ
Lizard

ਸ਼ੋਰ ਕਰਨ ਵਾਲੇ ਜਾਨਵਰ
Loud Animals

ਖੋਤਾ
Donkey

ਕੁੱਕੜ
Rooster

ਡੱਡੂ
Frog

ਭੇੜੀਆ
Wolf

ਲੱਕੜਬੱਗਾ
Hyena

ਧ੍ਰੁਵੀ ਜਾਨਵਰ
Polar Animals

ਸੀਲ
Seal

ਕਿਲਰ ਵ੍ਹੇਲ
Orca

ਪਫ਼ਿਨ
Puffin

ਰੇਂਡੀਅਰ
Reindeer

ਪੇਂਗੁਇਨ
Penguin

ਧ੍ਰੁਵੀ ਰਿੱਛ
Polar Bear

ਜੰਗਲ ਦੇ ਜਾਨਵਰ
Jungle Animals

ਓਰੰਗੂਟਾਂ
Orangutan

ਪੈਂਥਰ
Panther

ਟੂਕਨ
Toucan

ਗੋਰਿਲਾ
Gorilla

ਇਗੁਆਨਾ
Iguana

ਐਨਾਕੋਂਡਾ
Anaconda

ਆਲਸੀ ਜਾਨਵਰ
Sloth

ਰਾਤ ਨੂੰ ਸਰਗਰਮ ਜਾਨਵਰ
Nighttime Animals

ਜੁਗਨੂ
Firefly

ਬੇਜਰ
Badger

ਕੀਵੀ ਪੰਛੀ
Kiwi Bird

ਤੇਂਦੂਆ
Leopard

ਸਾਹੀ
Hedgehog

ਉੱਲੂ
Owl

ਚਮਗਾਦੜ
Bat

✦ਉੱਲੂ ਰਾਤ ਨੂੰ ਸ਼ਿਕਾਰ ਕਰਦਾ ਹੈ ਅਤੇ ਖਾਣਾ ਲੱਭਣ ਲਈ ਆਪਣੀ ਸੁਣਨ ਦੀ ਸਮਰੱਥਾ ਵਰਤਦਾ ਹੈ !

✦An owl hunts at night and uses its hearing to find food!

✦ਜੁਗਨੂ ਰਾਤ ਨੂੰ ਚਮਕਦਾ ਹੈ ਤਾਂ ਜੋ ਹੋਰ ਜੁਗਨੂਆਂ ਨੂੰ ਲੱਭ ਸਕੇ ।

✦A firefly glows at night to find other fireflies.

ਰੈਕੂਨ
Raccoon

ਟੈਰੈਂਟੂਲਾ
Tarantula

ਰੰਗ-ਬਿਰੰਗੇ ਜਾਨਵਰ
Colorful Animals

ਫ਼ਲੇਮਿੰਗੋ ਗੁਲਾਬੀ ਹੁੰਦਾ ਹੈ

A flamingo is pink

ਉੱਲੂ ਭੂਰਾ ਹੁੰਦਾ ਹੈ

An owl is brown

ਹੰਸ ਚਿੱਟਾ ਹੁੰਦਾ ਹੈ

A swan is white

ਅੱਠਭੁਜ ਜਾਮਨੀ ਹੁੰਦਾ ਹੈ

An octopus is purple

✦ਡੱਡੂ ਹਰਾ ਹੁੰਦਾ ਹੈ, ਇਸ ਲਈ ਉਹ ਪੱਤਿਆਂ ਵਿਚ ਲੁਕ ਸਕਦਾ ਹੈ।

✦*A frog is green, so it can hide among the leaves.*

ਡੱਡੂ ਹਰਾ ਹੁੰਦਾ ਹੈ

A frog is green

ਧ੍ਰੁਵੀ ਰਿੱਛ ਚਿੱਟਾ ਹੁੰਦਾ ਹੈ

A polar bear is white

ਲੂੰਬੜੀ ਸੰਤਰੀ ਹੁੰਦੀ ਹੈ

A fox is orange

ਕੋਆਲਾ ਸਲੇਟੀ ਹੁੰਦਾ ਹੈ

A koala is grey

ਪੈਂਥਰ ਕਾਲਾ ਹੁੰਦਾ ਹੈ

A panther is black

ਚੂਜ਼ਾ ਪੀਲਾ ਹੁੰਦਾ ਹੈ

A chick is yellow

ਜਾਨਵਰ ਅਤੇ ਉਹਨਾਂ ਦੇ ਬੱਚੇ
Animals and Their Babies

ਗਾਂ ਅਤੇ ਬੱਛਾ
Cow and Calf

ਬਿੱਲੀ ਅਤੇ ਬਿੱਲੀ ਦਾ ਬੱਚਾ
Cat and Kitten

ਕੁੱਕੜੀ ਅਤੇ ਚੂਜ਼ਾ
Chicken and Chick

✦ ਚੂਜ਼ਾ ਅੰਡੇ ਤੋਂ ਨਿਕਲਣ ਤੋਂ ਪਹਿਲਾਂ ਹੀ ਆਪਣੀ ਮਾਂ ਨਾਲ "ਗੱਲਾਂ" ਕਰਦਾ ਹੈ।

✦ *A chick talks to its mother even before it hatches.*

ਕੁੱਤਾ ਅਤੇ ਪਿੱਲਾ
Dog and Puppy

ਤਿਤਲੀ ਅਤੇ ਇੱਲੀ
Butterfly and Caterpillar

ਭੇਡ ਅਤੇ ਮੇਮਣਾ
Sheep and Lamb

ਘੋੜਾ ਅਤੇ ਘੋੜੇ ਦਾ ਬੱਚਾ
Horse and Foal

ਸੂਰ ਅਤੇ ਸੂਰ ਦਾ ਬੱਚਾ
Pig and Piglet

ਬੱਕਰੀ ਅਤੇ ਬੱਕਰੀ ਦਾ ਬੱਚਾ
Goat and Kid

www.ingramcontent.com/pod-product-compliance
Lightning Source LLC
LaVergne TN
LVHW072102060526
838200LV00061B/4792
9781834167268